RUT RÍKEY TRYGGVADÓTTIR

Með hjartað í buxunum

Ljóðabók – Kvennlegar kenndir

Artes Liberales AB

Utbildning - Konsulttjänst - Förlag

Með hjartað í buxunum

Ljóðabók – Kvennlegar kenndir

Listrænn ráðunautur: Helen Halldórsdóttir
Ritstjóri: Helen Halldórsdóttir
Prófarkalestur: Bergsteinn Björn Björnsson &
Helen Halldórsdóttir
Ljósmyndir: Laura Valentino
Umbrot & hönnun: Dafvid Hermansson
Öll listaverk bókarinnar eru eftir höfund: Rut Ríkeyju
Tryggvadóttur

LJÓÐ OG LISTAVERK VORU UNNIN Á ÁRUNUM 1978 – 2023

Artes Liberales AB 2023

Artes Liberales AB
Utbildning - Konsulttjänst - Förlag

www.artesliberalesab.se
info@artesliberalesab.se

ISBN 978-91-527-7653-7

Formáli og þakkir

Hér kemur út fyrsta ljóðabók mín, þar sem ég birti valin ljóð samin síðustu áratugi meðfram verkefnum lífsins.

Opinber birting ljóða minna hefur verið í textíllistaverkum, unnum með blandaðri tækni og þannig sýnd á mismunandi listsýningum frá tíunda áratugnum. Finna má nokkur þeirra í þessari bók. Þau listaverk eru nú í einkaeigu. Því miður urðu tvær ljóðatextílmyndir eldi að bráð í stórbrunanum í Gallerí Borg 1999.

Þá voru nokkur þeirra ljóða sem hér birtast, frumflutt á íslensku og sænsku á bókmenntahátíð Litteraturrundan 6. maí á Skáni í Svíþjóð 2023. Höfundur varð þess heiðurs aðnjótandi að vera boðið sérlega að lesa ljóð úr þeirri bók sem hér er nú gefin út. Sænsk þýðing ljóðanna og upplestur á sænsku var snilldarlega unnin af Helen Halldórsdóttur, ljóðskáldi, rithöfundi og athafnakonu með meiru.

Ég færi þakkir til allra sem veitt hafa mér innblástur og orðið að yrkisefni.

Sérstakar þakkir fær listrænn ráðunautur minn,

Helen Halldórsdóttir, fyrir ómælda aðstoð, góð ráð, stuðning, gagnrýni, skipulagningu og vináttu. Án hennar hvatningar hefði þessi bók ekki orðið til.

Ég þakka Laura Valentino fyrir ljósmyndir af listaverkum mínum á liðnum árum, stuðning, hvatningu og vináttu. Hún hefur ljósmyndað öll listaverkin sem prýða þessa bók, auk myndar af höfundi á baksíðu.

Innilegar þakkir fær Bergsteinn Björn Björnsson fyrir prófarkalestur, einstakan stuðning og hvatningu.

Að lokum þakka ég börnum mínum og öðrum sem hafa umvafið mig á hringsóli mínu umhverfis jörðina, umborið sérviskuna og sýnt skilning á því rými sem ég þarfnast til sköpunar – Þið eruð dásamleg.

4

Rut Ríkey - bakgrunnur:

Ólst upp hjá ömmusystur minni, sem var mynd- listarkona og klæðskerameistari. Heimilið var því sem „Míní-Háskóli" enda þöktu bækur alla veggi sem ilmuðu af terpentínu og olíumálverk útum allt, milli þess sem var verið að klippa og sauma fyrir viðskiptavini. Prjóna einnig, því prjóna- vél var líka á heimilinu.

Fór út á vinnumarkaðinn 15 ára, fyrst í þrif en hugur minn stefndi á verslunarstörf svo ég hóf störf í stórmarkaði SS í Glæsibæ. Var þar í 4 ár, síðast í snyrtivörudeild. Þau ár mótuðu hug minn og ákvað ég að starfa sjálfstætt. Eftir starfs- lok þar, stofnaði ég heildverslun, fór í nám í MH, nám í myndlistarskóla ásamt þjálfun í ræðu- og sölumennsku hjá Dale Carnegie.

Ég hef tekið þátt í fjölbreyttri atvinnustarfsemi bæði á eigin vegum og í upphafi með lögmann- inum, barnsföður mínum. Saman stofnuðum við og rákum m.a. matvælaiðnað, vélsmiðju og síðar fataframleiðslu og verslanir. Ég fór aftur í nám meðfram rekstri og barnauppeldi, útskrif- aðist sem klæðskeri og rak ein í nær 2 áratugi Kápusöluna ásamt því að sérsauma jakkaföt og á tímabili allar prestshempur fyrir Biskupsstofu á klerka landsins.

Hef verið langdvölum í Flórens á Ítalíu við listsköpun auk þess að bæta við mig námi í textílhönnun í listaháskóla þar ásamt ítölsku- og menningarnámi. Ég hef einnig verið með listsmiðjur í Kaupmannahöfn, í Svíþjóð, Sydney og Melbourne í Ástralíu s.l. 15 ár. Blandaði saman við þetta námi við Meistaraskólann, útskrifaðist 2019 með láði og var verðlaunuð af Samtökum Iðnaðarins fyrir framúrskarandi námsárangur. Kenni sjálfstæð námskeið í textíl, bæði tví- og þrívíddar aðferðir.

Þema listaverka minna eru kvennlegar upplifanir og tjáning bæði í máli og myndum.

Síðustu 2 áratugi hef ég dansað argentínskan tangó um víða veröld. Ég hef skipulagt tangómenningar starfsemi í Reykjavík, m.a. haldið utan um Tangóævintýrafélagið og staðið fyrir ásamt öðrum að tangóhátíðinni Tango Solstice Retreat on Iceland.

8

Perlur

Perlar á brjóstum
festin síða
Perlar í skauti
safinn heitur
er freyðandi flýtur

Krefjandi krafturinn
lendarnar skekur
og tvístrandi tætir
í tvílitu mistri

Ástríðan tryllist
uns allt fram steypist
í ólgandi beljandi straumi

Te og ristað brauð

Ég er einföld kona
það þarf ekki mikið
til að gleðja mig

bara te og ristað brauð
á hverjum morgni
í nýju rúmi

kannske með marmelaði, osti
og sesamfærjum líka
en það er ekki nauðsynlegt

Ég er einföld kona
þarf ekki mikið til að lifa

bara borða á hverjum degi
sofa einu sinni á sólarhring

og sofa hjá alla daga
það er nauðsynlegt!

Með hjartað í tætlum

Með hjartað í tætlum
á Dominos
að panta pizzu

Rifjuðum upp 40 ára
ástarsögu okkar
á einu sunnudagssíðdegi

Það er of stór biti
að kyngja
í einum munnbita

Hjörtun blæða - tárin drjúpa
í takt við dropana af himnum
flæða ofan í ræsið

Í dag var rifið
ofan af of mörgum
sárum tilverunnar

Þú varst mín fyrsta
elskaði þig þá
síðan
og alltaf

mín gæfa og gull
þitt hjarta skilur og geymir allt

Hin fyrsta I

Gjöful ertu
Varstu
Vertu

Gafst mér allt
Varst mér allt

Lífið sjálft
og miklu meira

Trúnað
ást
og hjartaslátt

Skilning
visku
og hlátur
Þinn klingjandi
bjölluklukknahlátur

Hin fyrsta II

Tókst á móti mér
fagnandi
skjálfandi
titraðiru í örmum mínum

Naktar könnuðum við
líkama hvorrar annarar

Þú vildir allt og meira
alltaf meira
af sogandi áfergju

Samt þorðirðu aldrei
að segja upphátt
að þú elskaðir mig
Þó horfðirðu oft
blíðlega í augu mín
tókst um vanga minn
hafðir yfir orð Vatnsenda Rósu:

„Augun mín og augun þín,
Ó, þá fögru steina.
Mitt er þitt og þitt er mitt.
Þú veist hvað ég meina"

Tvær

Hás röddin
hvíslar eftir bakinu:
„Ég þrái heitar
varir þínar
bærast við mínar"

Ég læt það eftir þér
þú færð allt
titrar undan tungunni
dásemdin
með ljóshærðar krullur

Þú hlærð þegar þú
færð fullnægingu
klingjandi
bjölluklukknahlátri

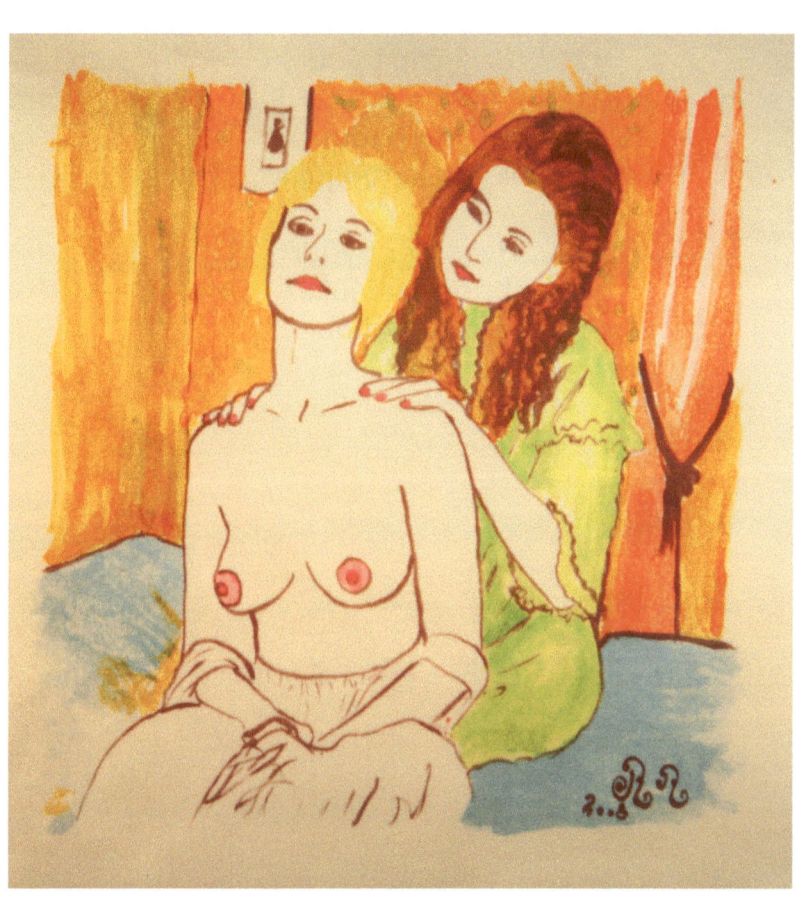

Þytur

Barminn býður
mærin mjúka
þytur þýður
faldinn lætur fjúka

Hvað þér býður
brjóstin strjúka
faðmur blíður
opnast líka

Seðlabankinn rændur

Baslandi einstæð móðir
með 3 börn
eitt fatlað

Einbýlishús
í Þingholtunum
veðsett upp í topp

Ísskápurinn tómur
Bankareikningurinn tómur

Farið í Hagkaup
keypt í matinn
fyrir gúmmítékka

Farið í heimsókn
í Seðlabankann
fékk að fara á salernið

Stal þremur rúllum
af klósettpappír

Síðan þá
hef ég talið peninga
í númeraröð

Miðnæturflug

Hvað er svona spennandi
við að ljúga?
Er ekki betra
að fljúga?
Finna spútnikið
við að takast á loft
Ekki bara einu sinni
heldur oft
Úr einu fangi
í annað
Þó mig langi ...
vil ég frekar fljúga
heldur en ljúga ...

Losti

Human losti
er alger þorsti
Verð að fá þig

Á þig
Alltaf

Gunnu og Stínu
Helgu og Nínu
Mjólk og Kókómjólk

Sunnudagsljóð

Ég seiði þig
svanni
komdu til mín

Ég seiði þig líka
ljúfan mín

Komiði fljótt
í hlýjuna
mjúka

Orð

Það spretta fram orð
orð eftir orð
Skynjunin dvelur
í hamingjuheimi

Friður og ást
haldast í hendur

Knýja hér dyra
velja sér stað:

„Við erum komin
til að vera"

Ást í meinum

Dul er drós
er hér mælir
undir rós
þér unnað hefir

Þín hlýja
birtu gefur
daga nýja
glatt mig hefur

Við öldunið
sandinn hvíta
vildi frið
hjá þér líka

Sólin vermir
vanga minn
vindur feykir
trega inn

Markað hefur
und í hold
sorgin sefur
djúpt í fold

Hún er hál
lífsin braut
sál hjá sál
elsku naut

Aftur lýsi
ljósið bjarta
unað hýsi
okkar hjarta

Stjórnarfundurinn

Öll stjórnin
saman komin
á hátíðafundi á Vox

Öll viðstödd
fyrrum stjórnarmenn
skoðunarmenn líka

Allskonar fólk
gift   ógift
skilið og margskilið

Klingjum í kampavíni
fyrir unnum orrustum
stríðinu þó hvergi lokið

Stjórnarformaðurinn
ætlar í frí - uppí flugvél
á vit ævintýranna
eina ferðina enn
alein!

Spurning úr sal:
„Ertu ekki hrædd?"
Ha!? - Við hvað?
„Ljóta Kallinn!?"

„Ég þarf nú ekki að fara
uppí flugvél til að hitta hann
ég þarf ekki einu sinni
að fara út af heimilinu!"

Barcarolle

Ég dansaði fyrir þig
í náttkjólnum bleika
með brjóstið bert

Við seiðandi tóna
kertaljósið mjúka
umvafin birtu
blómum og þér

Ótti

Ég óttast fátt
eins mikið
og fullkomin heimili
hvítskúruð horna á milli

Sama hvað ég legg
hart að mér
næ ég þessu aldrei

Hef sætt mig við
heimiliskanínurnar
í hornunum
hreinu þvottahrúgurnar sem
eiga eftir að brjóta sig saman
og hlaupa upp í hillu

Ótti er gagnslaus tilfinning
nema
að þú sért á flótta
undan tígrisdýri
eða ofbeldismanni

Blá

Í dag ætla ég
að hafa blátt naglalakk

Það er betra en
bláu marblettirnir

Stundum voru þeir sýnilegir
þá reyndi ég að meika
yfir þá

Ég er mjög góður málari!

Samt gat ég ekki
málað yfir marblettina
á sálinni

Þeir eru medalíur
lífshlaups míns

Tár

Mjúkvafin birtu
flögra ég með vindinum
ásamt hinum snjókornunum
fell til jarðar
breytist í klaka
verð ísköld og hörð
en aðeins skamma stund

síðan bráðna ég og græt
en aðeins skamma stund

því ég sekk ofan í jörðina
og baða mig í moldinni
en aðeins skamma stund

þar til ég kem upp aftur
sem bullandi heitur goshver

Mariana

Úthaf af þrá
skilur okkur að

Minning um koss
logandi losta
kveikir ein mynd
af Síríus mola
sem flaug yfir hnöttinn

Hinn fyrsti bráðnaði
milli heitra vara okkar
þar til hann sökk
í dýpt alsælunnar

Orðlausa konan

Þú vildir heyra orð
um ást mína
þú sást mig ekki vera
eða gera

Ég lagði mig í líma
og gaf þér tíma
ég gaf þér meira segja úr
en þú vildir
að ég færi úr
og væri klúr

Ég gaf þér aftur úr
nú úr gulli
og bað þig að
hætta þessu bulli

Öll þessi orð
þýddu bara morð

Myrkrið mjúka

Mjúkvafin
myrkrinu
bylgjast ég
á bárum minninganna

Allt er vakið
opið
sopið

Eins og kartaflan grær
í myrkrinu tær

Verður snertingin
við umhverfið allt
nautnmjúk og blíð
eins og flauel

Ilmur

Ilmur gjafa þinna
fylgir mér
úr nóttunni
inn í daginn

Lokkandi unaður
minninganna ljúfu
vekja ólgandi
þrána enn á ný

Tíminn

Tíminn flýtur framhjá
með þungum nið
ósögð orð
ófullnægð þrá

Allt sem við vildum
grípa í gleði nautnarinnar
er flotið framhjá
Hvert fór lífið?

Tvær í tango

Í kvöld kom ég bara
til að horfa á þig dansa
þokkafulla
á eldrauðum pinnahælum
í nautnmjúkum hreyfingum
Dást að hvelfdum barminum
dökkljósu þykkkrulluðu
mittissíðu hárinu
sem sveiflaðist
tignarlega í hverju tangóspori

Í kvöld kom ég bara
til að horfa á stjörnublikið
í einbeittu augnarráðinu
Votar varir þínar
segja orð sem eru
eins og mýkingarefni fyrir sálina
og lyftiduft fyrir andann

Að fá þig svo í fangið
Dansa við þig
láta þig leiða mig
Myndi fylgja þér
á heimsenda
hoppa framaf
Drukkna í þessu hári

Æ

Rósum stráð
liggur leiðin til þín.
Á sólgullnum degi
á síðsumars blæ
í fangi Händels
við brjóst Göethe
læðist fram freisting
í lokkandi, leikandi orgeldansi

Úr augunum hlýju
gleðin skín
er segirðu æ oní æ:
„Æ, vertu kærastan mín"

Þrá

Í sólskini sindrandi
er hjartað fullt af ást

Streyma fram stjörnuneistar
bergmála andvara snertingar

Hver taug er sem titrandi strá
í vökumóki kallar þráin
kyngimögnuð: „Komdu aftur"

Skútan

„Það er bara tvisvar sinnum gaman
þegar maður kaupir skútu!"
"- Þegar maður kaupir hana...
...og þegar maður selur hana"
sagði Júristinn
þegar ég keypti einbýlishúsið ...
Hann hafði rangt fyrir sér!

Ég skil núna
að þetta gilti um hjónabandið
Það var bara gaman
þegar við giftumst
og þegar við
hamingjusamlega skildum

En skútunni hef ég siglt
um heimsins höf
í sorg og í gleði
á hér ævarandi athvarf
Lakka glugga
festi lausar skrúfur
Kjölfestan í kjallaranum
þvottavél og þurrkari
Seglin eru þandar blúndugardínur
blásin af byr drauma minna

Landkönnuðurinn leitar á ný mið
veit eins og íslenski bóndinn
að best er að hafa tvo til reiðar;
ef ekki fleiri
skútur!

Í gömlu húsi

Að vera heima
Hlusta
Finna húsið anda
gömlum minningum

Kyrrð hugans
nýtur sögunnar
sem var og er
sem er og verður
í gömlu húsi

Heitur haustdagur

Tíminn stendur kyrr
Hlý haustgolan
tekur mig í fangið
bergmálar ylinn
innra með mér

Tíminn stendur kyrr
Sýnir mér verund veruleikans
gleðina í lífinu
lífið í gleðinni

C´est la vie – c´est l´amour
C´est mon parfait amour

Síesta

Í hjúpdökku
húmi síestunnar
blandast ilmur
vanillu
jarðarberja
og kandíss
Í fjarska syngja
konurnar tregafullan
tangó í útvarpinu

Í hjúpdökku
húmi síestunnar
hvílir hann með
opinn faðminn
Saman við semjum
okkar síðustu sögu
því við kveðjumst í nótt

Fögnuður

Fagnar hjarta
honum einum
með brosið bjarta
og blik í augum

Munúð fyllir
verund mína
undir hillir
nálægð þína

Örmum vefur
myrkrið mjúka
Munum aftur
beðinn dúka

Smásaga um ást

Við hoppuðum
fram af hengibrúninni
hönd í hönd
í fullkomnu trausti þess:
Að andarnir bæru okkur uppi
Að golan stryki okkur
blítt um vanga
Að beður okkar væru
skýin – dúnmjúk
þar sem við mættum
unaðs njóta
um ókomna tíð
Sólin lýsti upp hjörtu okkar
og varpaði glitrandi
birtu allt í kring um okkur
umvefjandi
ást okkar

Tilbeiðsla

Guðir eru aðeins til
hafi þeir tilbiðjendur
þó að það sé bara einn

Gyðjur eru aðeins til
hafi þær tilbeiðendur
þó að það sé bara einn

Gyðjan dó á jólanótt
þegar
eini tilbiðjandinn hennar
ákvað að snúa sér frá henni
og tilbiðja Bakkus
alla nóttina

Nótt

Hvar ertu?
Týndur – horfinn
sem eitt sinn
varst hjá mér

Drukknaður
í djúpi daganna

Ég sé þig
finn þig samt ekki
Þú sem eitt sinn
ólgaðir í æðum mér
mín fegurstu ljóð
voru ort til þín
til þín
og veröldin stóð kyrr
Veröldin vorum við
tvö ein og ástin
sem batt okkur saman

Höfum við gleymt?
munum við lifa
eða deyja?

Sorg

Heitt ólgandi blóðið
um æðar þýtur
Ísnálar standa á
brjósti mér

Stingast í hjartastað
hrynjandi svellandi
um æðar fjúka

Hægt áfram
allt rennur í
rauðu klakahrauni
uns líf allt stirðnar
í dauðans mynd

Tárin

Mig langar eiginlega
til að gráta

En ég get ekki grátið
Augun eru þurr

En ég græt í sálinni
djúpt í sálinni

Tárin eru
blóðtár
úr djúpi
hjarta míns

Samningsrof

Ó Guð!
Er þetta satt?
Er þessi tilfinning sönn?
Hefur þetta gerst?
Mig verkjar á líkama og sál

Ég vildi að ég gæti farið
inní annað herbergi
inní annan dag
og þessi atburður ekki til
Allt sem ég hef gert
lifað
fundið til
er af því ég lifnaði við
af snertingu ástar þinnar

Ást þín sem var svo einstök
fersk og tær ...
Þú varst heill og óskiptur
minn
minn ...

Allt er tvístrað, tætt og brotið
Saurgað – svart – myrkur

Djöfull – dauði lýstur mig
splundrað hjarta
sálin hol – tóm
Sprengja brenna rífa tæta
allt hefur fuðrað upp
Eftir standa nokkur öskukorn
fjúka burt í vindinum
og eftir stendur
EKKERT

Tívolí

Teygjutvist í Paradís
jarðraber og rjómaís

Teygjutvist í Paradís
tók kollhnís

Ástin er búin
Bless!

Draumadrottningin

Elti drauma sína
uppá hæstu
tinda ástkonu sinnar
Baðaði sig
í lækjum dalsbotnanna
Sá seint og síðar meir að
hann hafði helst úr lestinni ...

Hún hafði stungið
sér til sunds
í örmum
ástkvenna sinna

Drekinn

Girnd mín er vakin
undir klæðum nakin
Heitt þrái ég dreka
sem mig vill fleka

Minn losti
er alger þorsti
Ég dansa um stund
dreymi um fund

Ráðgast við mitt ráð
uns ég fæ náð
Ríð í mína höll
nú með þinn böll

Drekadjöfull

Blakar vængjum
Grænar glyrnur
lýsa lostaloga

Í mjúku myrkri
máninn skín

Bálköstur gneistar

Trumbur barðar
Í fjöruborðinu
í takt við frumstæð öskur
fullnæginganna

Geislar

Gægjast fram geislar
glampandi sólar
sál mína beislar
Líkt og rauðbrúnir njólar:
Sólin – máttug og heit
Gleðin úr læðingi læðist
Eftir alla lífsins leit
Skynjunin aftur fæðist

Nína

Ég man eftir konu
sem fór að gráta
þegar hún missti
af strætó

Þetta var falleg kona
sem bjó í
rauðu húsi
í Kampinum
og átti mörg
börn

„Hún er slæm á taugum"
sagði mamma

En það var ekki
fyrr en seinna
sem ég skildi
hvað það tekur á taugarnar
að búa í rauðu húsi
með mörgum börnum

Börnin

Þau eru börnin
börnin
mín og þín

Börnin sjö
mín og þeirra
Börnin okkar

Elskuð öll
Í jörðu tvö
Á jörðu hin

Elskuð öll

Blóðug böndin
milda höndin
leiðir útí heim

Eldingar

Eldur – Eldur!
Þú! - sem lætur blóðið
ólga í æðum mér

Eitt minningarbrot
lýstur mig unaði
svo lendarnar skjálfa

Stjórnlaust

Þar sem hönd þín
snerti mig síðast

Hvort sem það
var í gær
fyrra
eða hitteð fyrra ...

Engill

Ég er
eins og nýfæddur
engill
með dálítið
krumpaða vængi
en þeir eru
þarna samt
og ég reyni
að fljúga
vera til
svolítið þessa heims og
svolítið annars heims
eða kannski
er ég bara fluga
en ég flýg samt
á milli blómanna

Ljóðaskrá